INSIGHT PUBLICA®

INSIGHT PUBLICA®
Nadakkavu, Kozhikode, Kerala
Tel:0495–4020666
www. insightpublica.com | bookat.in
e-mail: insightpublica@gmail.com

Sathyasandamaya Moshanangal

K. Ratheesh

(Malayalam Poems)

Cover Design : Abhilash Thiruvoth
Illustrations: Abhilash Thiruvoth, Biju Seenia
Photo courtesy: Abhilash Meppayur
First Edition: May 2019

ISBN 978-93-89155-10-5
Printed and Published by
InsightinPublica Printers and Publishers Pvt Ltd.

സത്യസന്ധമായ മോഷണങ്ങൾ

കെ. രതീഷ്

INSIGHT PUBLICA®

1980 ൽ ജനനം
അച്ഛൻ രാഘവക്കുറുപ്പ്, അമ്മ സതി
കോഴിക്കോട് പേരാമ്പ്ര സ്വദേശി

പേരാമ്പ്ര ഹയർ സെക്കണ്ടറി സ്കൂൾ, സികെജിഎം ഗവൺമെന്റ് കോളേജ് പേരാമ്പ്ര, ശ്രീനാരായണഗുരു കോളേജ് ചേളന്നൂർ, കോഴിക്കോട് സർവകലാശാല ക്യാമ്പസ്, അണ്ണാമലൈ സർവ കലാശാല തുടങ്ങിയവയിൽ വിദ്യാഭ്യാസം. സാമ്പത്തികശാസ്ത്രം, രാഷ്ട്രതന്ത്രം, ലൈബ്രറി സയൻസ് തുടങ്ങിയവയിൽ ബിരുദാനന്തര ബിരുദം. ലൈബ്രറി സയൻസിൽ യുജിസി ലെക്ചർഷിപ്പ്, എം ഫിൽ. കൊച്ചി സർവകലാശാലയിൽ ഉദ്യോഗസ്ഥൻ.

ഭാര്യ: അഞ്ജന, മകൻ: പാർത്ഥിവ്
വിലാസം: 'സൂര്യ', ചെമ്പ്ര റോഡ്, പേരാമ്പ്ര 673525
Email: ratheeshk1980@gmail.com
Mob: +91 9447334021

കെ. രതീഷ്

ആമുഖം

ബിരുദ പഠനകാലത്താണ് മിനിക്കഥകളും-കവിതകളും കലാലയ പംക്തികളിലും മറ്റുമായി മാതൃഭൂമി, മാധ്യമം, ചന്ദ്രിക തുടങ്ങിയ പ്രസിദ്ധീകരണങ്ങളിൽ അച്ചടിച്ചുവരുന്നത്. പിന്നെ ദീർഘകാലം, ഏതാണ്ട് പതിമൂന്ന് വർഷം കാര്യമായി ഒന്നും എഴുതിയില്ല. 2013 മുതൽ സമൂഹമാധ്യമങ്ങളിലും 'പുഴ' തുടങ്ങിയ ഓൺലൈൻ മാഗസിനുകളിലും കവിതകളും കുറിപ്പുകയും എഴുതാൻ തുടങ്ങി. അതിൽനിന്നും തെരഞ്ഞെടുത്ത കവിതകളാണിവ. ആദ്യ സമാഹാരം.

ഈ ഉദ്യമത്തിൽ സഹകരിച്ച് പ്രോത്സാഹിപ്പിച്ചവർ നിരവധിയാണ്. രനീഷ് നിർമ്മല, ചിത്രങ്ങൾ വരച്ച അഭിലാഷ് തിരുവോത്ത്, ബിജു സീനിയ, ഫോട്ടോഗ്രാഫർ അഭിലാഷ് മേപ്പയ്യൂർ, സുമേഷ് ഇൻസൈറ്റ്, സാജുമലയിൽ, ലിതേഷ് കരുണാകരൻ, സുഭീഷ് പാറക്കണ്ടി, സഹധർമ്മിണി അഞ്ജന പി.സി., സഹോദരൻ രഞ്ജിത്ത് മറ്റു കുടുംബാംഗങ്ങൾ, സുഹൃത്തുക്കൾ, കൊച്ചി സർവകലാശാല അധികാരികൾ സഹപ്രവർത്തകർ എല്ലാവർക്കും നന്ദി.

കെ. രതീഷ്

കവിതകൾ

പാഠം

ചിലന്തിയിൽ നിന്ന് മനുഷ്യൻ
ഒരുപാട് പഠിച്ചു
വല
ചതി
കുരുക്കുകൾ
കൗശലം
പ്രണയം
ബലി
തിരികെ ചിലന്തി
ഒന്നും പഠിച്ചില്ല
അന്നും
ഇന്നും
എന്നും
ഒരേ നെയ്ത്ത്

ശത്രു

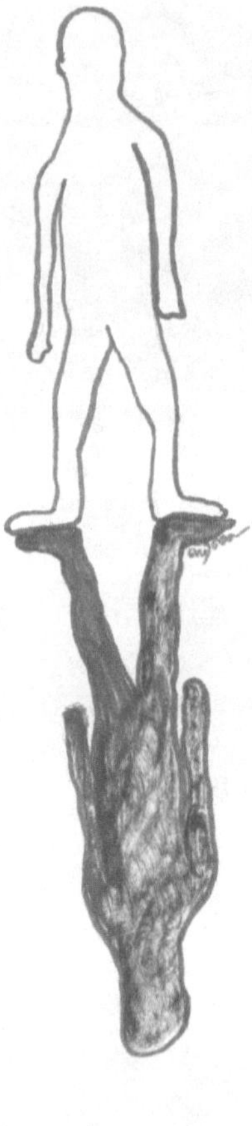

ഞാൻ
ഞാനായി പലയിടങ്ങളിൽ
അവനായും
അവൻ
ഞാനായി ചിലയിടങ്ങളിൽ

മീൻ

ആരും പറഞ്ഞില്ല
നീ താണ്ടിയ
ദൂരവും ആഴവും
വേഗവും വളർച്ചയും
ഉപ്പിലും
മുളകിലും
പരിഭാഷപ്പെടുത്താനാണെന്ന്

ആയുസ്സ്

കാലവർഷം പോകുമ്പോൾ
പുഴയോട് പറഞ്ഞു
തുലാവർഷത്തിൽ കാണാം
അർബുദരോഗി ഡോക്ടറോട്
എന്നപോലെ
പുഴ വെളുത്ത ചിരിചിരിച്ചു
മണലൂറ്റിക്കൊണ്ടിരുന്ന
തോണി
ചെറുതായൊന്നുലഞ്ഞു

അന്യർ

സ്വാതന്ത്ര്യത്തിന്റെ പക്ഷികൾക്ക്
ആകാശം കൂട്
ദേശാടനകിളികളുടെ
സംഗീതത്തിന്
വേലികെട്ടുകളുടെ
പരുഷതയില്ല

പുസ്തകം

ഫാസിസ്റ്റിന് ആദ്യം
നൽകാവുന്ന ഉചിത സമ്മാനം
പൂവുകളോ
വെള്ളരിപ്രാവുകളോ അല്ല
അത്
ഒരു പെൺകുട്ടിയുടെ
കണ്ണീർ കുറിപ്പുകളാണ്

കണ്ണീർ

വാക്കുകൾകൊണ്ട് മുറിവേറ്റവർക്ക്
നോക്കുകളുടെ ഉപ്പുനീർ

ബലി

ഇരുട്ട്
ഒരു മെഴുകുതിരി നാളത്തെപ്പോലും
ഭയക്കുന്നു
അതിന്റെ
രക്തസാക്ഷിത്വത്തെയും
അതുകൊണ്ട്
കാറ്റിന്റെ കൈകൾകൊണ്ട്
കെടുത്താൻ ശ്രമിക്കുന്നു

പ്രവാസം

കിണർ
തൊടി
മുറ്റം
കോലായ
കൂടെ വന്നില്ല
കിടപ്പുമുറിയും
അടുക്കളയും മാത്രം

ദാമ്പത്യം

അവൾക്കിഷ്ടം ദോശയായിരുന്നു
അവന് പത്തിരിയും
അവസാനം രണ്ടുപേരുംകൂടി
ഉപ്പുമാവ് ഉണ്ടാക്കി

അപകടം

അവൾ
ഉറക്കെ സംസാരിക്കുകയും
ചിരിക്കുകയും ചെയ്തു
തുടർന്ന്
ആകാശം ഇടിഞ്ഞുവീഴുകയും
കുറെ
ആണുങ്ങൾക്ക്
പരിക്കേൽക്കുകയും ചെയ്തു

ബോൺസായ്

തണലിൽ വളർന്നവ
വളർന്നില്ല
വെയിൽ
കനൽ
മഞ്ഞ്
മഴ
തേടിപ്പോയതിന്റെത്രയും

അകം

കണ്ണാടി നോക്കുമ്പോൾ
ചില നേരങ്ങളിൽ ആട്ടിൻകുട്ടി
ചില നേരങ്ങളിൽ ചെന്നായ

വിധി

കോഴിയുടെ തിരോധാനത്തെക്കുറിച്ച്
കുറുക്കന്റെ നേതൃത്വത്തിൽ
അന്വേഷിച്ചിരുന്നെങ്കിലും
തെളിവുകളുടെ അഭാവത്തിൽ
പ്രതികളെ വെറുതെ വിടുകയായിരുന്നു

മേൽക്കൂര പണിയാത്തവർ

വെയിൽ കഷണങ്ങൾ നെയ്ത വേനൽ
അവർക്ക് വീട്
മഴ
അതിൽ തോർന്നൊലിക്കുന്നു

സത്യസന്ധമായ മോഷണങ്ങൾ

കള്ളന്റെ ജീവിതത്തിൽ നിന്ന്
കളവിന്റെ ഏടുകൾ കവർന്നെടുത്ത്
അയാൾ
സത്യസന്ധനായ കഥാകൃത്തായി

ബീഫ്

പ ശു
പശുമാത്രമാണ്

കെട്ട്

ചില കെട്ടുകൾ
അഴിച്ചെടുക്കാൻ എളുപ്പമാണ്
കെട്ടിയവർക്കും കാഴ്ചക്കാർക്കും
ചിലത്
അഴിക്കുംതോറും
മുറുകികൊണ്ടിരിക്കും
കെട്ടിയോന്
ഒരുവിധം
കെട്ടിയോൾക്ക്
മറ്റൊരുവിധം

ദ്വന്ദം

തോൽവിയുടെ
അത്ര വലിയ വിജയങ്ങൾ
ഇല്ലെന്ന് ഞാൻ അറിഞ്ഞില്ല
വിജയത്തിന്റെത്ര
വലിയ തോൽവി
ഇല്ല എന്നാരും
പറഞ്ഞതുമില്ല

പ്രതീക്ഷ

ഏത് ഏകാകിയുടെ സങ്കടങ്ങൾ
ആയിരിക്കും കടലിനെയിത്ര
ഉപ്പുള്ളതാക്കിയത്
ആരുടെ ഹൃദയത്തിന്റെ
ശ്വാസമായിരിക്കും
കാറ്റ് നമ്മോട് പങ്കിടുന്നത്
എന്ത് പ്രതീക്ഷയുടെ വിത്തുകൾ
ആയിരിക്കും മണ്ണ്
ഒളിപ്പിച്ച് വച്ചിരിക്കുന്നത്

ഹരിതം

തണലിന്റെ പച്ച ഞരമ്പുകൾ
വെട്ടേറ്റു പിളർന്നപ്പോൾ
ജീവന്റെ ചുവന്നചോര

വിനിമയം

കാറ്റിന്റെ സ്വകാര്യങ്ങൾ
ഇലകൾ കേട്ടു
അത് മരവും
വേരിലൂടെ
മണ്ണും അറിഞ്ഞു

സിൻഡിക്കേറ്റ്

കണ്ണാടി
ഇടതിനെ വലത്താക്കി
വലതിനെ ഇടതും
എന്നിട്ടും നിങ്ങളാ
മാധ്യമത്തെ
കണ്ണടച്ച് വിശ്വസിച്ചു

സെൽഫ് പോട്രേയ്റ്റ്

അറിയുന്നവനും
അറിയാത്തവനും
വരച്ചുപൂർത്തിയാക്കാൻ
കഴിയാത്തത്
അപൂർണ്ണതയുടെ സാധ്യത
പൂർണ്ണതയുടെ അനന്തത

പാമ്പും കോണിയും

കോണികയറിയ
അതിമോഹങ്ങളെ
പാമ്പ് വിഴുങ്ങി

കല്ലൂപ്പ്

ഓർമ്മയുണ്ടോ
കല്ലൂപ്പിനെ
വറുതിയിൽ
പുകയാത്തോരടുപ്പിൻ
തിണ്ണയിൽ
ഒരു തുള്ളി കണ്ണീരായി
ഘനീഭവിച്ചതും
അടിമത്വത്തിനെതിരെ
ഉയർന്ന മുഷ്ടിയിൽ
ആത്മാഭിമാനമായ്
മുറുകെ പിടിച്ചതും

ബന്ധം

കൊട്ടയിൽ കിടന്ന നെല്ലിക്ക
പച്ചവെള്ളത്തിന്റെ
മധുരത്തെ
നാവിനെ
ഓർമ്മപ്പെടുത്തി

സ്ത്രീധനം

ഇനിയും കൊടുത്ത് തീർന്നില്ല
ഒരു വാരിയെല്ലിന്റെ കടം

ഋതു

കുട
മറികടക്കാൻ ശ്രമിക്കുന്നത്
മഴയെയല്ല
നനഞ്ഞ ജലവിരൽ
തണലിനടിയിൽ
ഒരു സ്നേഹയാത്ര

അന്വേഷണം

ശിലയല്ല
അതിനകത്തെ
അഗ്നിയും
ശില്പവും
കണ്ടെത്തുന്ന
ഭാവനയും അധ്വാനവുമാണത്

ദിനചര്യ

വർഷംതന്ന
ജീവന്റെ ഉറവയിൽ
ദുരയുടെ വേനൽ
വലിച്ചെറിഞ്ഞു

ക്ലോക്ക്

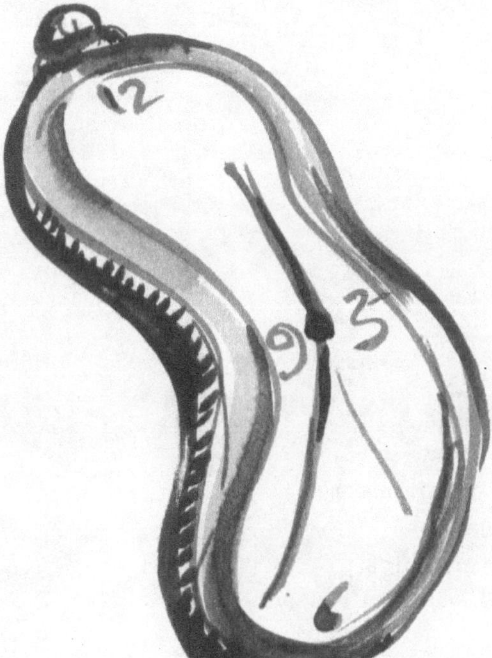

ഒരേ വഴിയിലൂടെ
മടുപ്പോടെ നടക്കുന്നു
മറ്റുള്ളവരുടെ
നേരമളക്കാൻ

മത്സരം

ഓട്ടപ്പന്തയത്തിൽ മുയൽ തോറ്റത്
ഉറങ്ങിയത് കൊണ്ടല്ല
ഒത്ത് കളിയാണത്രെ

മമത

ഓർമ്മ മറന്ന കുടയെ
മഴവന്ന്
ചേർത്ത് പിടിച്ചു

ആധുനികം

ഞാൻ വീടിന്റെ
ജനലടച്ച
കമ്പ്യൂട്ടറിൽ
വിൻഡോസ് തുറന്നു

സംഗീതം

മഴ
പുഴ
കടൽ
അറിഞ്ഞതില്ല
വെയിൽ ഇന്നലെ
വിളിച്ചത്
ഇന്ന്
കവിതയായ്
പെയ്യാനാണെന്ന്

സാധ്യത

തീവണ്ടി എന്നും
ഒരു പ്രലോഭനമാണ്
യാത്ര തുടങ്ങേണ്ടവനും
അവസാനിപ്പിക്കേണ്ടവനും
പാമ്പിൻ
കിടപ്പിൽ
കിതപ്പിൽ
ചടുല വേഗവും
രുധിര വേഗവും

അന്യൻ

അവൻ
വീടുകൾക്കിടയിൽ
മതിൽ പണിതു
അതിര് ചേർന്ന്
ഞാൻ
ജാതിമരവും
നട്ടു

അത്താഴം

ആയിരം കുഞ്ഞാടുകളിൽ
കൂട്ട്തെറ്റിയ ഒന്നിനെ
തേടി ഇടയൻ
അലഞ്ഞു
കണ്ടെത്തി
തോളിലേറ്റി
അന്നുരാത്രി
തീൻമേശ
വിരുന്നിനൊരുക്കി

ബ്ലെയ്ഡ്

ആ ഇടപാടിൽ
അയാൾക്ക് കിട്ടിയ മിച്ചം
മുപ്പത് വെള്ളിക്കാശായിരുന്നു
അതയാൾ
പലർക്കായി
പലിശയ്ക്ക് കൊടുത്തു

കൊമേഡിയൻ

സങ്കട കടലിന്റെ
അനന്തതയല്ല
തിരയുടെ ചിരിമാത്രം
കാഴ്ചയിൽ

രൂപാന്തരം

സ്കൂളിൽ
കോളേജിൽ
സുഹൃത്തേ
നീ
ഗാന്ധിയായിരുന്നല്ലോ
ഫേസ്ബുക്കിൽ
വാട്സ്ആപ്പിൽ
നീ
എങ്ങിനെ
ഗോഡ്സെയായി

നാവ്

ഫാസിസത്തിന്റെ സദ്യയേക്കാൾ
രുചി
ജനാധിപത്യത്തിന്റെ
ബിരിയാണിയ്ക്ക്

കുറ്റപത്രം

നേരാണെന്ന് തോന്നുന്ന
നുണകൾ
വിചാരണയുടെ പുഴകടക്കാനുള്ള
നൂൽപാലങ്ങൾ
സത്യത്തിന്റെ കടൽ
അപ്പോഴും
അഴിമുഖത്ത്
കലഹിച്ചുകൊണ്ടിരിക്കുന്നു

ഒത്തുതീർപ്പ്

പുലികൾ
എപ്പോഴും പുലികളല്ല
അധികാരത്തിന്റെ
മീൻമണം വരുമ്പോൾ
അത് പൂച്ചയാവുന്നു
അരമനയിലും ഇടനാഴിയിലും
അടുക്കളയിലും
പതുങ്ങികയറുന്നു
മണികെട്ടാനായി
തലകുനിച്ചുകൊടുക്കുന്നു

അയനം

മഴയായ് പെയ്ത്
വിത്തായ് മണ്ണിലേക്ക്
മടങ്ങുന്ന മരങ്ങൾ
തണലായ്
പുനർജനിക്കാൻ

ഗൂഢാലോചന

നായയും കുറുക്കനും
ഒന്നാകുമ്പോൾ
നഷ്ടമാവുന്നത്
കോഴിയുടെ ഉറക്കം
മാത്രമല്ല
കാവലും കൂടിയാണ്

ഊഴം

അവസാനത്തെ അത്താഴവും നൽകി
വയസ്സൻനായയെ കൂട്ടിൽ നിന്ന്
വഴിയിലിറക്കിവിട്ട്
മകൻ ഗേറ്റ് അടയ്ക്കുന്നത്
അച്ഛനും അമ്മയും
അകത്ത് നിന്ന് കണ്ടു

വിശപ്പ്

ആദ്യ നമുക്ക്
അടുപ്പ് കത്തിക്കാം
എന്നിട്ടാവാം വിളക്ക്

ജന്മം

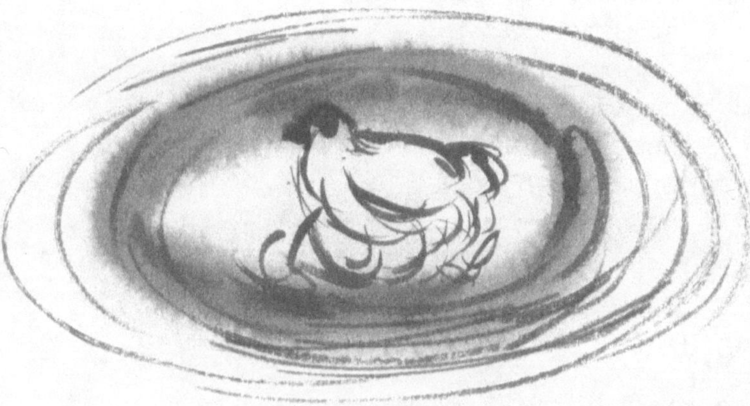

ഓംലെറ്റിൽ അലസിയ
പിറവിക്കൊരു
മടക്കയാത്രയില്ല

അവകാശി

കവിതയുടെ
പകർപ്പവകാശം
ആർക്ക്
മുളച്ച മണ്ണിനോ
താളമിട്ട മഴയ്ക്കോ
വിളിച്ച വെയിലിനോ
തലോടിയ കാറ്റിനോ
നിറങ്ങൾ തന്ന പൂക്കൾക്കോ
സ്വപ്നങ്ങൾ പകർന്ന
ആകാശത്തിനോ
വാക്കുകൾ കടം തന്ന
അക്ഷരങ്ങൾക്കോ
തിളക്കം വന്ന
അഗ്നിക്കോ

ഏകത

വരകൾക്കിടയിൽ എഴുതാൻ
പഠിക്കുന്നത്
കൃത്യമായി വാലാട്ടാൻ
ശീലിക്കുന്നത്
പോലെയാണ്

ഒപ്പം

സത്യം
നീതി
നിയമം
ഇഴപരിയാത്ത സൗഹൃദമായിരുന്നു
പലരും പറഞ്ഞത് കേട്ട്
നിയമം
അതിന്റെ വഴിക്കുപോയി
സത്യം
അനാഥമായി
നീതി
അസാധ്യവും

തുടക്കം

യാത്രകൾ തുടങ്ങുന്നത്
യാത്ര തുടങ്ങുമ്പോഴല്ല
ഓർമ്മയിൽ
മഴ നിറയുമ്പോൾ
വേനൽ പെയ്യുമ്പോൾ
പൂക്കൾ ചിരിക്കുമ്പോൾ
മുള്ളുകൾ മുറിവുകൾ
ആവുമ്പോൾ
തടവുമുറികൾ
സ്വാതന്ത്ര്യഗാനം പാടുമ്പോൾ
വിശപ്പ്
രുചിയെ കീഴടക്കുമ്പോൾ
മഞ്ഞുകാലം തുന്നിയ
പഞ്ഞിക്കുപ്പായം
നഗ്നത മറയ്ക്കുമ്പോൾ
യാത്രകൾ തുടങ്ങത്
യാത്ര തുടങ്ങുമ്പോഴല്ല

മിഥ്യ

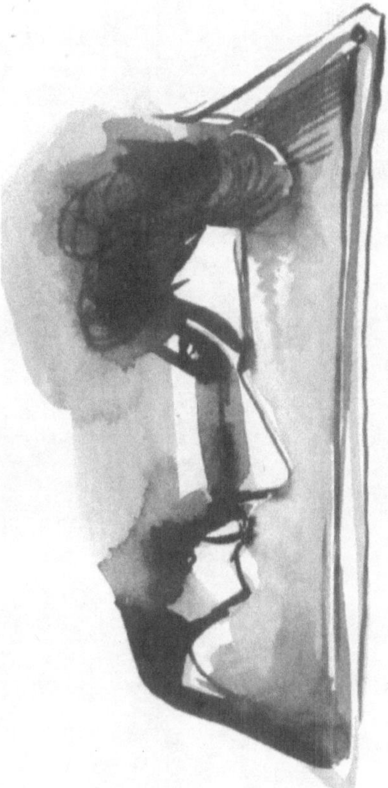

കണ്ണാടി പറഞ്ഞു
മീശ നരച്ചു
കഷണ്ടി വരുന്നു
വിഗ് വച്ചു
മീശ കറുപ്പിച്ചു
കണ്ണാടിയെ പറ്റിച്ചു

നിയമം

എല്ലാ കുറ്റങ്ങൾക്ക് പിന്നിലും
നിങ്ങൾ കറുത്ത കൈ തിരഞ്ഞു
എല്ലാ ഔന്നിത്യങ്ങൾക്ക്
പിന്നിലും
വെളുത്ത തല കണ്ടെത്തി
അവൻ കൊണ്ട വെയിൽ
നിങ്ങൾക്ക് തണുത്ത തണൽ
അവനെ അടിമയും
കാവൽക്കാരനുമാക്കി
അത്
നിന്റെ
ഉടലിനെ
ഉടമയും
ഉന്നതനും ആക്കി

തീവണ്ടി

തുടക്കവും
അവസാനവും
ഇടയിലെ നാഴികക്കല്ലുകളും
യാത്രയുടെ രുചിയും
രുചിഭേദങ്ങളും
അനന്തതയും
അറ്റവും
അറിഞ്ഞ്
വളഞ്ഞുതൊടുന്ന
നാവാണത്

പരിഗണന

ഒന്നാം ബെഞ്ചിൽ ഇംഗ്ലീഷും
രണ്ടാം ബെഞ്ചിൽ ശാസ്ത്രവും
മൂന്നാം ബെഞ്ചിൽ ഹിന്ദിയും
നാലാം ബെഞ്ചിൽ സാമൂഹ്യപാഠവും
അഞ്ചാം ബെഞ്ചിൽ മലയാളവും
പഠനം തുടങ്ങി
സാഹചര്യങ്ങൾ എതിരായതിനാൽ
അവസാന ബെഞ്ചുകാർ
പത്താം ക്ലാസ്സിൽ
പഠനം
അവസാനിപ്പിച്ചു

രക്തസാക്ഷിദിനം

നിങ്ങൾ പടുത്തുയർത്തിയ
കൊട്ടാരങ്ങൾ
തകർന്നു വീഴും
ബലിമൃഗങ്ങളുടെ
പതിഞ്ഞ നിലവിളി
തെരുവുകൾ
കാതോർക്കുന്ന ദിനം

മൃത്യു

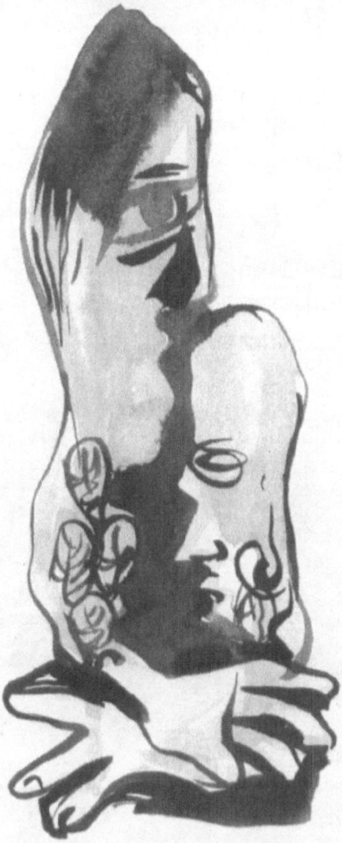

എന്റേതുംകൂടി
യെന്നു വിചാരിച്ച
നാളെകൾ ഇനിയില്ല
നമ്മളുണ്ടാവും
എന്നു കരുതിയതിൽ
ഞാൻ ഇല്ല
അസാന്നിദ്ധ്യത്തിന്റെ
സാന്നിദ്ധ്യം മുറിപ്പെടുത്തുന്നു

കനൽവഴികൾ

അറിഞ്ഞ വർഷവും
വേനലും
വസന്തവുമല്ല
നിലപാടുകളിൽ
കച്ചവടം ഉറപ്പിക്കാതിരിക്കാനുള്ള
ധീരതയാണ്
യുവത്വം

അധോഗമനം

സംശയങ്ങളോടും
ചോദ്യങ്ങളോടും
പല്ലിറുമ്മുന്ന മൗനം
ജ്ഞാനത്തിന്റെ വല്മീകമല്ല
ക്രൂര ഗൂഢതയുടെ
വിഷപാമ്പിൻ മാളങ്ങൾ

വസന്തവും ഗ്രീഷ്മവും

ഒരു മരത്തിലും
ചില്ലയിലുമല്ല
മണ്ണും കാറ്റും മഴയും
വെയിലും മഞ്ഞും
പരസ്പരം
അറിഞ്ഞു
പറഞ്ഞും
കൊട്ടത്തും
പകർന്നും
മനസ്സിൽ വേരിറങ്ങി
പന്തലിച്ച
കാത്തിരുന്നത്
ഗ്രീഷ്മമായ്
കരിഞ്ഞുണങ്ങാൻ

ജീവിതം

അത്
കവിതയോ കഥയോ
ആയിരുന്നില്ല
വെറുപ്പോ
സ്നേഹമോ
പ്രണയമോ
കാമമോ
പകയോ
ലാഭമോ
നഷ്ടമോ
മാത്രമല്ലായിരുന്നു
എന്നിട്ടും
നമ്മൾ അതിനെ
പലതുമായും
വെറുതെ
സമീകരിച്ചു

ഗ്രീഷ്മം

മഴ നടന്ന വഴിയിൽ
തണൽ വളരും മുമ്പേ
ജെസിബി ഉഴുതുമദിച്ച
വസന്തത്തിൽ
വേനൽ തിളച്ചു

വർഷം

വെയിലിന്റെ പാപങ്ങൾ
മഞ്ഞിന്റെ സങ്കടങ്ങൾ
എല്ലാം
മഴ
കരഞ്ഞുതീർക്കുന്നു
ഋതുക്കളിൽ
കലണ്ടർമാറുന്നു

തുടർച്ച

ഒരേ കാരണങ്ങൾ
മാർഗ്ഗങ്ങൾ
ഹത്യക്ക് സാധ്യതകളില്ല
ജീവിതത്തിന്റ്രയും

ഒടിച്ചു മടക്കിയ സത്യം

മിഥ്യയുടെ വലതുകണ്ണ്
കാണുന്നത് സമതുലിത
വികസന നിഴൽ
മായകണ്ണാടിക്കപ്പുറം
സത്യത്തിന്റെ
ഇടതുകണ്ണ് അടയാളപ്പെടുത്തുന്നത്
അനീതിയുടെ
വ്രണിത നേരുകൾ

ഉത്തരം

ശബ്ദത്തിന്റെ ചോദ്യങ്ങൾക്ക്
മൗനം മറുപടി പറഞ്ഞില്ല
അത്
ചരിത്രത്തിൽ
ഘനീഭവിച്ചുകിടന്നു

നാഗം

നിന്റെ
വർണ്ണ ഗരിമയല്ല
സീൽക്കാര സൗന്ദര്യമല്ല
ദന്തചുംബനമല്ല
മരണത്തിനപ്പുറത്തെ
തണുത്ത
സ്വസാന്നിധ്യം
ഭയപ്പെടുത്തുന്നു

വികസനം

നമ്മൾ കൊയ്യും വയലെല്ലാം
നാളെ ഫ്ലാറ്റുകളാവും
പൈങ്കിളിയേ...

വിരുന്ന്

അവളുടെ
കാഴ്ചയും കാഴ്ചപ്പാടും
ചിന്തയും പ്രതിഷേധവും
ഓർമ്മയും സർഗാത്മകതയും
പൊരിച്ചും കരിച്ചും
വറുത്തും
തീൻമേശയിൽ
വിളമ്പി

നിഴൽ

ചിരിച്ചും കരഞ്ഞും
സ്നേഹിച്ചും വെറുത്തും
നിവർന്നും തലകുനിച്ചും
ജീവിക്കാൻ ദിനങ്ങൾ
കലണ്ടറിൽ തൂങ്ങുന്ന
പതുങ്ങി തണുത്ത
സാമീപ്യമായി അവനും

നന്മ

എനിക്ക്
ആ ആട്ടിൻ കുട്ടിയെ
എന്ത് ഇഷ്ടമായിരുന്നെന്നോ
വെളുത്തവൻ
കറുത്തവനെ
എന്നപോലെ
മതങ്ങൾ പരസ്പരം
ഉള്ളതുപോലെ
ഞാൻ അതിനെ സ്നേഹിച്ചു
അതുകൊണ്ട്
മാത്രമാണ്
ആരുമായും
പകുക്കാതെ
വറുത്തും
കരിച്ചും
കറിയായും
എന്റേത്
മാത്രമാക്കി
മാറ്റിയത്

അറിയുന്നത്

എല്ലാ ജീവിതങ്ങളും
പകർപ്പെടുക്കപ്പെട്ടതും
പകർന്നുതന്നതും
എന്നിട്ടും
മഴ
പലരിൽ
പലതായ്
പെയ്യുന്നു

പരിമിതി

കവിത
ആത്മഹത്യ കുറിപ്പ് പോലെ
ആത്മഭാഷണമാണ്
അതിനപ്പുറം
അത്
സ്വയം വിശദീകരിക്കുന്നേയില്ല

സാന്നിദ്ധ്യം

ഇരുട്ടിൽ ആരുമില്ലാത്തതല്ല
ഭയം
ആരെങ്കിലുമുണ്ടെന്നതാണ്
കാണുന്ന ദംഷ്ട്രകളെയല്ല
മുട്ടിയുരുമ്മുന്ന മറച്ച
നഖങ്ങളെയാണ് ഭീതി

പൂച്ചയും പൊന്നും

പാവം പൂച്ച
കല്യാണത്തിന്
താലി പണിയിക്കാൻ
പോയതായിരുന്നു
ആ പഴയ ചോദ്യം
മടക്കിവിളിച്ചു

സൗഹൃദം

മഷിത്തണ്ടിന് പകരം
നീ എനിക്ക് തന്ന
പെൻസിൽ കഷണങ്ങൾ
ഓർമ്മകളിൽ എവിടെയോ
വച്ച് മറന്നുപോയി

ലോൺ

ഇനിവരുന്ന
കൊല്ലങ്ങൾകൊണ്ട്
പണിത വീട്

ലളിതം

ഒരു ദിനം അയാൾ
ചെകുത്താനും കടലിനും
ഇടയിൽ പെട്ടു
വലയും തോണിയുമായി
കടലിൽ മീൻ പിടിച്ച്
വറുത്ത് ചെകുത്താന്
നൽകി

വെജിറ്റേറിയൻ

കാലിൽ പശുത്തുകൽ ചെരിപ്പും
അരയിൽ പാമ്പിൽ ത്തുകൽ ബെൽട്ടും
അയാൾ
ശുദ്ധ വെജിറ്റേറിയൻ

നാനാത്വം

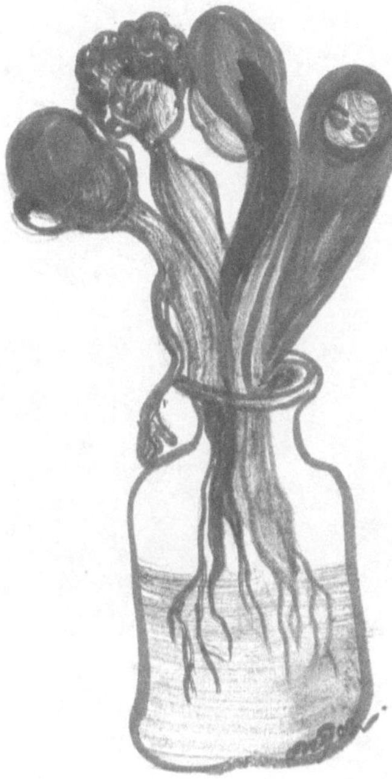

ഒരേ മണ്ണിൽ
വേരാഴ്ത്തിയ മരങ്ങളിൽ
പല
നിറ-
മണ-
രുചി-
പൂവ്-
പഴങ്ങൾ

പലായനം

ഉപേക്ഷിച്ചതിലേക്കുള്ള മടക്കം
പരാജയമാണ്
അത്
അതായിരുന്നതിലേക്ക്
അസാധ്യമെങ്കിലും
തഥാഗതന്
വഴി
മുന്നിൽ മാത്രം

മൺസൂൺ

മനം നിറയെ
മഴ
സ്വപ്നം കണ്ടുറങ്ങിയ
പുഴയെ
ടിപ്പർ ലോറി വിളിച്ചുണർത്തി

മഴവില്ല്

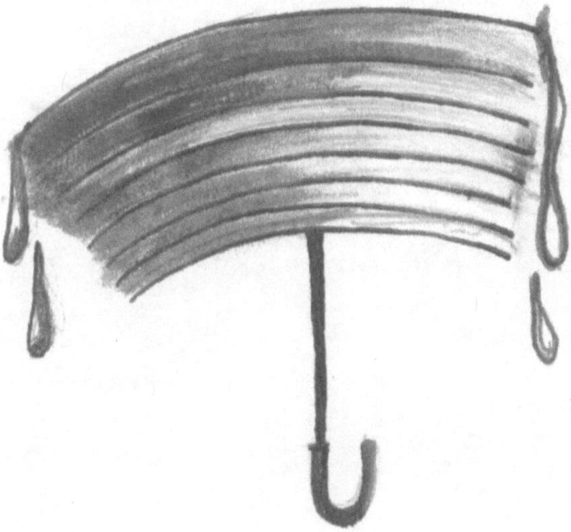

മഴയുടെ സ്വപ്നങ്ങൾ
മേഘം വെയിലുമായി
പങ്കുവെച്ചു

നീതി

തീരം
തുടക്കമോ അവസാനമോ
കൃത്യമായ അടയാളപ്പെടുത്തലുകളെ
എന്നും
കടൽ
തിരയാൽ
ലംഘിച്ചുകൊണ്ടിരിക്കുന്നു

കാഴ്ച

വെളിച്ചത്തിന്റെ വെളിച്ചമല്ല
മഴവില്ലിന്റെ മനസ്സാണ്
കവിത

മാമ്പഴം

കയ്പ്പിലും
ചവർപ്പിലും
പുളിപ്പിലും
ഒളിച്ചുവച്ച
മധുര തേനറകൾ

ഉടമ

അന്ന്
പെരുവിലരാണ് ചോദിച്ചത്
ഇന്ന്
വിരലടയാളവും
എല്ലാം നമ്മൾ
സന്തോഷത്തോടെ നൽകി
അടമത്വത്തിന്റെ
സുഖം
ഒന്നു വേറെ തന്നെ

ആവർത്തനം

ഏതു വേഷത്തിനടിയിലും
വേഷപ്പകർച്ചയിലും
ഉടൽ
തനതായി
ഒളിച്ചുനിന്നു

മൊട്ട

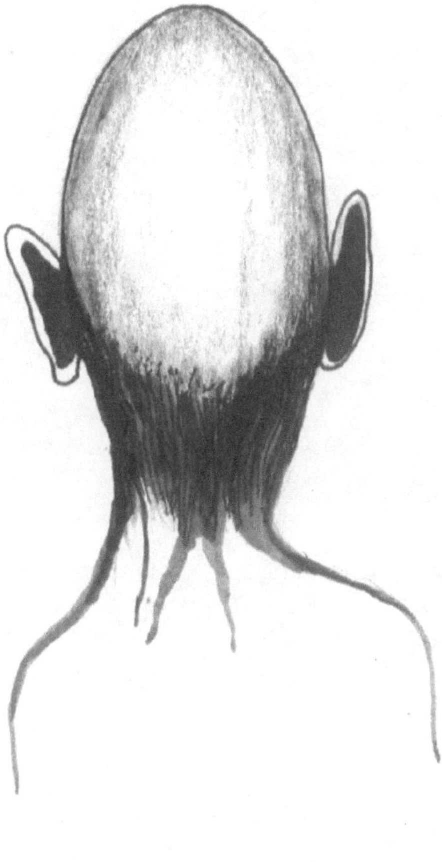

മുടി വളരാനായിരുന്നു തേച്ചത്
പക്ഷേ വിളഞ്ഞത്
കഷണ്ടി

(അ)ക്ഷരം

വാക്കിനും
വാളിനും
അപ്പുറം പായുന്ന
കെട്ടഴിച്ചുവിട്ട
കുതിരയാണത്
ഭീഷണിയുടെ
ഗർജ്ജനത്തെയത്
ഭയക്കുന്നില്ല

വിപണി

തൊലിവെളുക്കാനാണ്
തേച്ചത്
പകരം വെളുത്തത്
കുടുംബവും തലമുടിയും

ചോരൻ

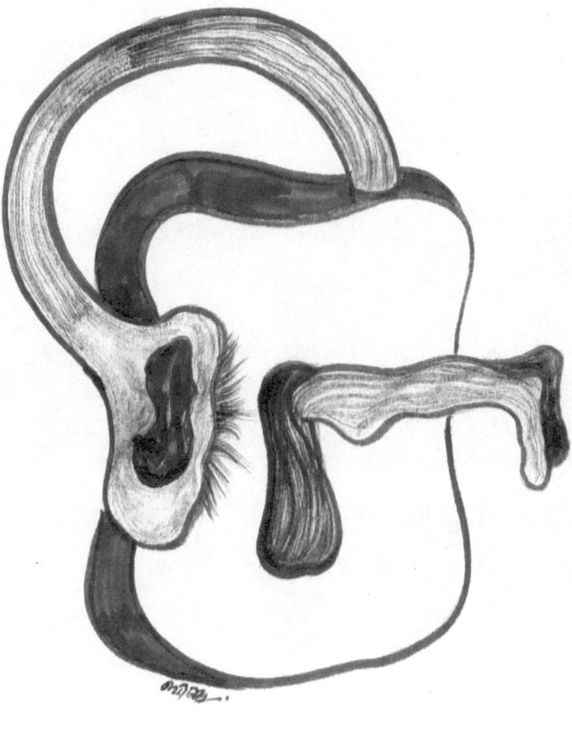

പൂട്ട് താക്കോലിനോട് പറഞ്ഞ
രഹസ്യങ്ങൾ
അവൻ
ഒളിച്ചിരുന്ന് കേട്ടു

പിണക്കം

ചുക്കിച്ചുളിഞ്ഞ വസ്ത്രം
അയയിൽ തൂങ്ങിയും
തേപ്പുപെട്ടി മൂലയിൽ
തണുത്തും കിടന്നു
ഇല്ലാത്ത
പൊള്ളുന്ന സ്പർശം
അവർക്കിടയിലെ
ശൂന്യതയളന്നു

അപരൻ

യുദ്ധങ്ങളിൽ എല്ലാം ജയിച്ചത്
നീ
ഞാൻ
എന്നും ശത്രു

യാത്ര

കുന്നുകൾ വയൽ കാണാൻ
ലോറി കയറിവന്നു
മത്സരിച്ച ഉയരങ്ങൾ
കിതപ്പാറ്റിയ പാറക്കെട്ടുകൾ
നീന്തി തുടിച്ച പുഴ
നഗരം കാണാനും

ചായ

ഏകാന്ത ശൈത്യത്തിന്
പകർന്ന സൗഹൃദചൂട്
അമർന്ന വിശപ്പ്
ഉണർന്ന ആവേശം
പകുത്ത ദാഹം
നിന്റെ മുൻപിൽ
ചൂടാറിയ
വിദ്വേഷം

ലക്ഷ്യം

സിദ്ധാർത്ഥന്റെ മുൻപിൽ
വഴി അവസാനിച്ചതല്ല
ബോധിവൃക്ഷം
ജ്ഞാനമായി
മനസ്സിൽ നിറഞ്ഞു

www.ingramcontent.com/pod-product-compliance
Lightning Source LLC
LaVergne TN
LVHW060150051026
849517LV00007B/2612